મેથિયાસ

સ્થાવર મિલકત મેળાપનો નવીન વિચાર: સ્થાવર મિલકત દલાલી સરળ બનાવાઇ

સ્થાવર મિલકત મેળાપ: નવીન સ્થાવર મિલકત મેળાપ કરી આપતા પોર્ટલથી કાર્યક્ષમ, સરળ અને વ્યવસાયલક્ષી સ્થાવર મિલકત દલાલી

પ્રકાશન વિગતો – ઇમ્પ્રેસમ | કાનૂની નોટિસ

1. આવૃત્તિ – છાપેલા પુસ્તક તરીકે | ઈસાઈ વર્ષનો બીજો મહિનો 2017
(મૂળ પ્રકાશન જર્મન ભાષામાં, ડિસેમ્બર 2016)

© 2016 Matthias Fiedler (મેથિયાસ ફ઼િડલર)

Matthias Fiedler (મેથિયાસ ફ઼િડલર)
Erika-von-Brockdorff-Str. 19
41352 Korschenbroich
Germany
www.matthiasfiedler.net

મુદ્રણ અને ઉત્પાદનઃ
છેલ્લા પાન પર છાપ જુઓ

કવર ડિઝાઇનઃ Matthias Fiedler (મેથિયાસ ફ઼િડલર)
ઇ-બુકની રચનાઃ Matthias Fiedler (મેથિયાસ ફ઼િડલર)

ISBN-13 (પેપરબેક) : 978-3-947184-65-1
ISBN-13 (ઇ-બુક mobi) : 978-3-947128-49-5
ISBN-13 (ઇ-બુક epub) : 978-3-947128-50-1

જર્મન રાષ્ટ્રીય પુસ્તકાલયની ગ્રંથયાદી સંબંધિત માહિતીઃ
જર્મન રાષ્ટ્રીય પુસ્તકાલય આ પ્રકાશનની નોંધ જર્મન રાષ્ટ્રીય પુસ્તકાલયમાં કરે છે; વિગતવાર ગ્રંથયાદી સંબંધિત ડેટા ઇન્ટરનેટ પર ઉપલબ્ધ છેઃ http://dnb.d-nb.de.

સારાંશ

આ પુસ્તક નોંધપાત્ર વેચાણ સંભવિતતાની ગણતરી (બિલિયન ડોલર) વડે દુનિયાભરની સ્થાવર મિલકતનો મેળાપ કરાવતા પોર્ટલ (એપ્લિકેશન) માટે ક્રાંતિકારી વિચાર સમજાવે છે, પોર્ટલને (એપ્લિકેશનને) સ્થાવર મિલકત મૂલ્યાંકન (ટ્રિલિયન ડોલરના વેચાણની શક્યતા) સહિત સ્થાવર મિલકત એજન્સી સોફ્ટવેર સાથે એકીકૃત કરવામાં આવ્યું છે.

આનો અર્થ એ થાય કે આવાસીય અને વાણિજ્યક સ્થાવર મિલકત, ભલે માલિકની માલિકીની કે ભાડાની હોય, તેની આકર્ષક રીતે અને સમય બચાવતી રીતે દલાલી કરી શકાય છે. તે તમામ સ્થાવર મિલકત એજન્ટો અને મિલકત માલિકો માટે નવીન અને વ્યવસાયિક સ્થાવર મિલકત દલાલીનું ભવિષ્ય સૂચવે છે. સ્થાવર મિલકત મેળાપ લગભગ તમામ દેશોમાં અને દેશોની આરપાર પણ   કાર્યરત   છે.

ખરીદનાર કે ભાડુઆત પાસે મિલકતો "લાવવાને" બદલે, સ્થાવર મિલકત મેળાપ પોર્ટલ વડે, સંભવિત ખરીદનારાઓ કે ભાડુઆતો લાયક બની શકે છે (પ્રોફાઇલ શોધો) અને પછી તેઓનો મેળાપ કરીને સ્થાવર મિલકત એજન્ટો દ્વારા ઉપલબ્ધ મિલકતો સાથે સાંકળી (જોડી) શકાય છે.

અનુક્રમણિકા

પ્રસ્તાવના પાન 07

1. સ્થાવર મિલકત મેળાપનો નવીન વિચાર:
સ્થાવર મિલકત દલાલી સરળ બનાવાઇ પાન08

2. સંભવિત ખરીદનારાઓ કે ભાડુઆતો અને
મિલકત વિક્રેતાઓના હેતુઓ પાન09

3. સ્થાવર મિલકત શોધવાના અગાઉના અભિગમો પાન10

4. ખાનગી વેચાણકર્તાઓનો ગેરલાભ / સ્થાવર મિલકત
એજન્ટોનો લાભ પાન12

5. સ્થાવર મિલકત મેળાપ પાન14

6. એપ્લિકેશનની સીમા-મર્યાદા પાન21

7. લાભો પાન22

8. ગણતરીનો નમૂનો (સંભવિત) પાન24

9. ઉપસંહાર પાન33

10. સ્થાવર મિલકત મેળાપના પોર્ટલનું એકીકરણ
નવા સ્થાવર મિલકત એજન્સી સોફ્ટવેરમાં કરવું
(સ્થાવર મિલકત મૂલ્યાંકન સહિત) પાન36

6

પ્રસ્તાવના

વર્ષ 2011 માં મને અહીં વર્ણવેલ મૌલિક વિચાર નવીન સ્થાવર મિલકત મેળાપ પ્રક્રિયા માટે આવ્યો અને મેં તેને વિકસાવ્યો.

1998 થી હું સ્થાવર મિલકતના ધંધામાં (સ્થાવર મિલકત દલાલી, ખરીદી અને વેચાણ, મૂલ્યાંકન, ભાડે આપવું અને મિલકત વિકસાવવી) સામેલ છું. હું એક રિયલ્ટર - સ્થાવર મિલકતનો એજન્ટ (IHK), સ્થાવર મિલકતનો અર્થશાસ્ત્રી (ADI) અને સ્થાવર મિલકત મૂલ્યાંકનમાં પ્રમાણિત નિષ્ણાત (DEKRA) તેમજ આંતરરાષ્ટ્રીય સ્તરે માન્યતા મેળવનાર રોયલ ઇન્સ્ટિટ્યુશન ઓફ ચાર્ટર્ડ સર્વેયર્સના (MRICS) સ્થાવર મિલકત મંડળનો સભ્ય છું.

Matthias Fiedler (મેથિયાસ ફ઼િડલર)
Korschenbroich, 10/31/2016
www.matthiasfiedler.net

1. સ્થાવર મિલકત મેળાપનો નવીન વિચાર: સ્થાવર મિલકત દલાલી સરળ બનાવાઇ

સ્થાવર મિલકત મેળાપ: નવીન સ્થાવર મિલકત મેળાપ કરી આપતા પોર્ટલથી કાર્યક્ષમ, સરળ અને વ્યવસાયલક્ષી સ્થાવર મિલકત દલાલી

ખરીદનાર કે ભાડુઆત પાસે મિલકતો "લાવવાને" બદલે, સ્થાવર મિલકત મેળાપ પોર્ટલ (એપ્લિકેશન) વડે, સંભવિત ખરીદનારાઓ કે ભાડુઆતો લાયક બની શકે છે (પ્રોફાઇલ શોધો) અને પછી તેઓનો મેળાપ કરીને સ્થાવર મિલકત એજન્ટો દ્વારા ઉપલબ્ધ મિલકતો સાથે સાંકળી (જોડી) શકાય છે.

2. સંભવિત ખરીદનારાઓ કે ભાડુઆતો અને મિલકત વિક્રેતાઓ

સ્થાવર મિલકત વેચાણકારો અને મકાનમાલિકોના પરિપ્રેક્ષ્યથી, એ મહત્વનું છે કે તેઓની મિલકતને ઝડપથી અને મહત્તમ શક્ય કિમતે વેચવામાં કે ભાડે આપવામાં આવે.

સંભવિત ખરીદનારાઓ અને ભાડુઆતોના પરિપ્રેક્ષ્યથી, તેઓની જરૂરિયાતોને સંતોષતી યોગ્ય મિલકત શોધવી અને તેને વહેલામાં વહેલી ઝડપી અને સરળ તકે ભાડે લઇ શકવી કે ખરીદી શકવી એ મહત્વનું હોય છે.

3. સ્થાવર મિલકત શોધવાના અગાઉના અભિગમો

સામાન્ય રીતે, સંભવિત સ્થાવર મિલકત ખરીદનારાઓ કે ભાડુઆતો પોતાની પસંદગીના પ્રદેશમાં મિલકતો શોધવા ઓનલાઇન સ્થાવર મિલકત પોર્ટલ્સનો ઉપયોગ કરતા હોય છે. ત્યાં, તેઓ એકવાર ટૂંકી શોધ પ્રોફાઇલ સેટ-અપ કરી લે એટલે તેઓને મિલકતો કે મિલકતોને સંબંધિત લિંક્સની (કડીઓની) યાદી ઇમેલથી મોકલવામાં આવી શકે છે. આ 2 થી 3 સ્થાવર મિલકત પોર્ટલ્સ પર અવારનવાર કરવામાં આવે છે. ત્યાર પછી, વિક્રેતાનો સામાન્ય રીતે ઇમેલથી સંપર્ક કરવામાં આવે છે. પરિણામ સ્વરૂપે, વેચાણકાર કે મકાનમાલિકને રસ ધરાવતા પક્ષકાર સાથે સંપર્કમાં રહેવાની તક અને પરવાનગી મળે છે. વધુમાં, સંભવિત ખરીદનારાઓ કે ભાડુઆતો તેઓના પ્રદેશમાં એકલદોકલ સ્થાવર મિલકત એજન્ટોનો સંપર્ક કરે છે અને તેઓ માટે શોધ પ્રોફાઇલ બનાવવામાં આવે છે.

સ્થાવર મિલકત પોર્ટલ્સ પર પ્રદાતાઓ ખાનગી અને વાણિજ્યક એમ બંને સ્થાવર મિલકત ક્ષેત્રમાંથી આવતા હોય છે. વાણિજ્યક

પ્રદાતાઓ મુખ્યત્વે સ્થાવર મિલકત એજન્ટો અને કેટલાક કિસ્સાઓમાં બાંધકામ કંપનીઓ, સ્થાવર મિલકત દલાલો અને અન્ય સ્થાવર મિલકત કંપનીઓ હોય છે (આ લખાણમાં વાણિજ્યક પ્રદાતાઓને સ્થાવર મિલકત એજન્ટો તરીકે ઉલ્લેખવામાં આવ્યા છે).

4. ખાનગી પ્રદાતાઓનો ગેરલાભ / સ્થાવર મિલકત એજન્ટોનો લાભ

સ્થાવર મિલકતની મિલકતો વેચાણ માટે ઉપલબ્ધ થવાથી, ખાનગી વેચાણકારો હંમેશા તાત્કાલિક વેચાણની બાંહેધરી આપી શકતા નથી. વારસામાં મળેલી મિલકતના કિસ્સામાં, ઉદાહરણ તરીકે, વારસદારો વચ્ચે એકમત ન પણ હોય અથવા વારસાગત હોવાનું પ્રમાણપત્ર ગુમ હોય તેવું બની શકે. વધુમાં, અસ્પષ્ટ કાનૂની વિવાદો જેમ કે રહેઠાણનો અધિકાર વેચાણને ગૂંચવી નાખી શકે છે.

ભાડાની મિલકતો માટે, એવું બની શકે છે કે ખાનગી મકાનમાલિકને ઔપચારિક પરવાનગી ન મળી હોય, દાખલા તરીકે જેઓને વાણિજ્યક જગ્યાને રહેઠાણ તરીકે ભાડે આપવાની જરૂર હોય.

સ્થાવર મિલકત એજન્ટ પ્રદાતા તરીકે કાર્યરત હોય ત્યારે, તેઓ સામાન્ય રીતે અગાઉ જણાવેલા પાસાઓનું પહેલેથી સ્પષ્ટીકરણ કરતા હોય છે. વધુમાં, તમામ સંબંધિત સ્થાવર મિલકત

દસ્તાવેજો (ફ્લોર પ્લાન, સાઇટ પ્લાન, ઊર્જા પ્રમાણપત્ર, ટાઇટલ રજીસ્ટર, ઔપચારિક દસ્તાવેજો, વગેરે) સામાન્ય રીતે પહેલેથી ઉપલબ્ધ હોય છે. પરિણામ સ્વરૂપે, વેચાણ કે ભાડે આપવાનું કામ ઝડપથી અને ગુંચવાડાઓ વગર પૂરું કરી શકાય છે.

5. સ્થાવર મિલકત મેળાપ

રસ ધરાવનાર ખરીદનારાઓ કે ભાડુઆતોને વેચાણકારો કે મકાનમાલિકો સાથે શક્ય એટલી ઝડપથી અને કાર્યક્ષમ રીતે મેળાપ કરાવવાના હેતુસર, સામાન્ય રીતે મહત્વની વાત એ છે કે પદ્ધતિસર અને વ્યવસાયિક અભિગમ લેવામાં આવે.

આવું અહીં એવા અભિગમ (કે પ્રક્રિયા) દ્વારા કરવામાં આવે છે જે સ્થાવર મિલકત એજન્ટો અને રસ ધરાવનાર પક્ષકારો વચ્ચે શોધ પ્રક્રિયા પર વિપરીત રીતે ધ્યાન કેન્દ્રિત કરતું હોય. આનો અર્થ એ થાય કે ખરીદનાર કે ભાડુઆત પાસે મિલકતો "લાવવાને" બદલે, સ્થાવર મિલકત મેળાપ પોર્ટલ (એપ્લિકેશન) વડે, સંભવિત ખરીદનારાઓ કે ભાડુઆતો લાયક બની શકે છે (પ્રોફાઇલ શોધો) અને પછી તેઓનો મેળાપ કરીને સ્થાવર મિલકત એજન્ટો દ્વારા ઉપલબ્ધ મિલકતો સાથે સાંકળી (જોડી) શકાય છે.

પહેલા પગલામાં, સંભવિત ખરીદનારાઓ કે ભાડુઆતો સ્થાવર મિલકત મેળાપ પોર્ટલમાં ચોક્કસ શોધ પ્રોફાઇલ બનાવે છે. આ

શોધ પ્રોફાઇલમાં આશરે 20 લાક્ષણિકતાઓનો સમાવેશ થાય છે. નીચેની લાક્ષણિકતાઓનો સમાવેશ કરી શકાય છે (સંપૂર્ણ યાદી નહીં) અને તે શોધ પ્રોફાઇલ માટે અનિવાર્ય હોય છે.

-પ્રદેશ / પોસ્ટલ કોડ / શહેર

-મિલકતનો પ્રકાર

-મિલકતનું કદ

-રહેઠાણ વિસ્તાર

-ખરીદ કિમત / ભાડું

-બાંધકામનું વર્ષ

-માળ

-ઓરડાઓની સંખ્યા

-ભાડે આપેલ (હા/ના)

-ભોંયતળીયું (હા/ના)

-ઝરુખો/અગાસી (હા/ના)

-હીટીંગની રીત

-પાર્કિંગ જગ્યા (હા/ના)

અહીં મહત્વની બાબત એ છે કે લાક્ષણિકતાઓ જાતે હાથેથી લખી જણાવવી પડતી નથી પણ તેને બદલે સંબંધિત ફિલ્ડ્સ (દા.ત., મિલકતનો પ્રકાર) પર ક્લિક કરીને કે ખોલીને પહેલેથી નિર્ધારિત શક્યતાઓ/વિકલ્પોની યાદીમાંથી (મિલકતના પ્રકાર માટેઃ એપાર્ટમેન્ટ, એકમાત્ર કુટુંબ માટેનું ઘર, ગોદામ, ઓફિસ, વગેરે) પસંદગી કરવામાં આવે છે.

જો ઇચ્છા ધરાવે, તો રસ ધરાવનાર પક્ષો વધારાની શોધ પ્રોફાઇલ્સ બનાવી શકે છે. શોધ પ્રોફાઇલમાં સુધારો-વધારો પણ શક્ય હોય છે.

વધુમાં, સંભવિત ખરીદનારાઓ કે ભાડૂઆતો ઉલ્લેખ કરેલી ફિલ્ડ્સમાં સંપૂર્ણ સંપર્ક ડેટા લખી જણાવી શકે છે. આમાં છેલ્લું નામ (અટક), પહેલું નામ, સ્ટ્રીટ, હાઉસ નંબર, પોસ્ટલ કોડ, શહેર, ટેલિફોન અને ઇમેલ સરનામાનો સમાવેશ થાય છે.

આ સંદર્ભમાં, રસ ધરાવનાર પક્ષો પોતાનો સંપર્ક કરવા અને સ્થાવર મિલકત એજન્ટો પાસેથી મેળાપ મિલકતો મેળવવા પોતાની સંમતિ આપે છે.

રસ ધરાવતા પક્ષકારો આ પ્રમાણે સ્થાવર મિલકત મેળાપ પોર્ટલના ઓપરેટર સાથે કરારબદ્ધ પણ થાય છે.

આગામી પગલામાં, શોધ પ્રોફાઇલ્સ જોડાયેલા સ્થાવર મિલકત એજન્ટોને ઉપલબ્ધ કરાવવામાં આવે છે, જે હજુ પણ દૃષ્ટિગોચર થતી નથી, એપ્લિકેશન પ્રોગ્રામિંગ ઇન્ટરફેસ (એપીઆઇ) મારફતે – ઉદાહરણ તરીકે જર્મન પ્રોગ્રામિંગ ઇન્ટરફેસ "openimmo" ની જેમ. અહીં એ નોંધવું જોઇએ કે આ પ્રોગ્રામિંગ ઇન્ટરફેસે – મૂળભૂત રીતે અમલીકરણ માટે મહત્વના – હાલમાં વપરાશમય લગભગ દરેક સ્થાવર મિલકત સોફ્ટવેર ઉકેલને ટેકો કે બાંહેધરી આપવી જોઇએ. જો આવું ન હોય, તો ટેકનોલોજીની દૃષ્ટિએ તે શક્ય બનાવવું જોઇએ. કારણ કે પ્રોગ્રામિંગ ઇન્ટરફેસીસ પહેલેથી

ઉપયોગમાં છે, જેમ કે ઉપર જણાવેલ "openimmo", તેમજ અન્ય, શોધ પ્રોફાઇલ તબદીલ કરવું શક્ય બનાવવાની જરૂર છે.

હવે સ્થાવર મિલકત એજન્ટો હાલમાં બજારમાં ઉપલબ્ધ પોતાની મિલકતો સાથે પ્રોફાઇલની સરખામણી કરે છે. આ હેતુસર, મિલકતોને સ્થાવર મિલકત મેળાપ પોર્ટલ પર અપલોડ કરવામાં આવે છે અને સંબંધિત લાક્ષણિકતાઓ સાથે સાંકળવામાં આવે છે. સરખામણી પૂરી થાય ત્યાર પછી, ટકાવારીમાં મેળાપ દર્શાવતો અહેવાલ બનાવવામાં આવે છે. 50% મેળાપથી શરૂ કરીને, શોધ પ્રોફાઇલ સ્થાવર મિલકત એજન્સી સોફ્ટવેરને દૃશ્યમાન બનાવવામાં આવે છે.

લાક્ષણિકતાઓને એક-એક કરીને એકબીજા સાથે (પોઇન્ટ સિસ્ટમ) જોખવામાં આવે છે જેથી કરીને લાક્ષણિકતાઓ સરખાવ્યા પછી, મેળાપ માટેની ટકાવારી (મેળાપની શક્યતા) નક્કી કરવામાં આવે છે. દાખલા તરીકે, લાક્ષણિકતા "મિલકતના પ્રકારને" લાક્ષણિકતા "રહેઠાણ વિસ્તાર" કરતા વધારે ઊંચી જોખવામાં આવે છે. વધુમાં,

ચોક્કસ લાક્ષણિકતાઓ (દા.ત. ભોંયતળીયું) પસંદ કરી શકાય છે કે મિલકતમાં તે જરૂરિયાત મુજબ અચૂક હોવું જોઇએ.

મેળાપ માટે લાક્ષણિકતાઓ સરખાવવાના પ્રવાહમાં, એ ખાતરી પણ કરવી જોઇએ કે માત્ર સ્થાવર મિલકત એજન્ટો ઇચ્છિત (નોંધાવેલ) પ્રદેશો સુધી પહોંચ ધરાવે છે. આનાથી ડેટા સરખામણી કરવાના પ્રયત્નમાં ઘટાડો થાય છે. સ્થાવર મિલકત એજન્સીઓ અવારનવાર પ્રાદેશિક ધોરણે કાર્યરત રહેતી હોવાનું વિચારવામાં આ ખાસ કરીને મહત્વનું હોય છે. અહીં એ નોંધવું જોઇએ કે ક્લાઉડ સોલ્યુશન્સ મારફતે, આજે વિશાળ માત્રામાં ડેટા સંઘરવાનું અને તેની પ્રક્રિયા કરવાનું શક્ય છે.

વ્યવસાયિક સ્થાવર મિલકત દલાલીની બાંહેધરી આપવાના હેતુસર, માત્ર સ્થાવર મિલકત એજન્ટો શોધ પ્રોફાઇલ્સ સુધી પહોંચ ધરાવતા હોય છે.

આ બાજુ, સ્થાવર મિલકત એજન્ટો સ્થાવર મિલકત મેળાપ પોર્ટલના ઓપરેટર સાથે કરારબદ્ધ થાય છે.

સંબંધિત સરખામણી/મેળાપ પછી, સ્થાવર મિલકત એજન્ટ રસ ધરાવનારનો સંપર્ક કરી શકે છે અને તેવી જ રીતે રસ ધરાવનાર પક્ષકારો સ્થાવર મિલકત એજન્સીનો સંપર્ક કરી શકે છે. જો સ્થાવર મિલકત એજન્ટે સંભવિત ખરીદનાર કે ભાડુઆતને અહેવાલ મોકલ્યો હોય, તો આનો અર્થ એ પણ થાય કે વેચાણ કે લીઝ (ભાડાપટ્ટો) પૂરો થાવાના કિસ્સામાં પ્રવૃત્તિ અહેવાલ કે એજન્ટનો સ્થાવર મિલકત દલાલી માટેના દાવાનું દસ્તાવેજીકરણ કરવામાં આવ્યું છે.

આ હેઠળ એ શરત છે કે મિલકત માલિકે (વેચાણ કરનાર કે મકાનમાલિકે) મિલકતની નિયુક્તિ કરવા સ્થાવર મિલકત એજન્ટને રોક્યા છે અથવા મિલકત આપવાની તૈયારી બતાવવા તેઓને તે સંમતિ આપવામાં આવી છે.

6. એપ્લિકેશનની સીમા-મર્યાદા

અહીં વર્ણવેલ સ્થાવર મિલકત મેળાપ આવાસીય અને વાણિજ્યક ક્ષેત્રમાં સ્થાવર મિલકતનું વેચાણ કરવા અને ભાડે આપવાને લાગુ પડે છે. વાણિજ્યક સ્થાવર મિલકત માટે, સંબંધિત વધારાની સ્થાવર મિલકત લાક્ષણિકતાઓની જરૂર પડે છે.

સ્થાવર મિલકત એજન્ટ સંભવિત ખરીદનારાઓ કે ભાડુઆતોની બાજુએ પણ હોઇ શકે છે, જે ઘણીવાર વ્યવહારમાં જોવામાં આવે છે, ઉદાહરણ તરીકે જો તેમની નિયુક્તિ ગ્રાહકો દ્વારા કરવામાં આવી હોય.

ભૌગોલિક પ્રદેશોના સંદર્ભમાં, સ્થાવર મિલકત મેળાપ પોર્ટલ લગભગ દરેક દેશમાં લાગુ હોય છે.

7. લાભો

સ્થાવર મિલકત મેળાપ પ્રક્રિયા સંભવિત ખરીદનારાઓ અને વેચાણકારોને મોટો લાભ આપે છે, પછી ભલે તેઓ પોતાના વિસ્તારમાં (રહેઠાણના સ્થળે) શોધી રહ્યાં હોય અથવા કામ-સંબંધિત કારણોસર જુદા શહેર કે પ્રદેશમાં સ્થળાંતર કરી રહ્યાં હોય.

તેઓએ માત્ર પોતાની શોધ પ્રોફાઇલ લખી જણાવવાની રહે છે જેથી તેઓને ઇચ્છિત પ્રદેશમાં કાર્યરત સ્થાવર મિલકત એજન્ટો પાસેથી મળતી આવતી મિલકતો વિશે માહિતી મળી રહે.

સ્થાવર મિલકત એજન્ટો માટે, આ કાર્યક્ષમતાના સંદર્ભમાં અને વેચાણ કે ભાડે આપવા માટ સમયની બચત જેવા મોટા લાભો પૂરા પાડે છે.

તેઓને તાત્કાલિક સામાન્ય સમજ મળી જાય છે કે તેઓ દ્વારા આપવામાં આવતી દરેક સંબંધિત મિલકતના સંદર્ભમાં નિશ્ચિત રસ ધરાવનાર પક્ષકારો કેટલી ઊંચી ક્ષમતા ધરાવે છે.

વધુમાં, સ્થાવર મિલકત એજન્ટો તેઓના સંબંધિત લક્ષ્યાંક સમૂહનો સીધો સંપર્ક કરી શકે છે, જેઓએ પોતાની શોધ પ્રોફાઇલ બનાવવાની પ્રક્રિયામાં પોતાની "સ્વપ્નીલ" મિલકત માટે કંઇક ચોક્કસ વિચાર્યું હોય. સંપર્ક સ્થાપિત કરી શકાય છે, ઉદાહરણ તરીકે, સ્થાવર મિલકત અહેવાલો મોકલીને.

આનાથી રસ ધરાવતા પક્ષકારો પોતે શું શોધી રહ્યાં છે તે જાણતા હોય ત્યારે તેઓ સાથે સંપર્કની ગુણવત્તા વધી જાય છે. તેનાથી અનુગામી મિલકત જોવાની એપોઇન્ટમેન્ટસની સંખ્યા પણ ઘટે છે, જેનાથી છેવટે દલાલીવાળી મિલકતો માટે એકંદરે માર્કેટિંગ સમયગાળો પણ ઘટે છે.

સંભવિત ખરીદનાર કે ભાડુઆત પોતે રાખવાની મિલકત જોઇ લે ત્યાર પછી, ખરીદી કરાર કે લીઝ (ભાડાપટ્ટો) છેવટે કરી શકાય છે, જેમ કે પરંપરાગત સ્થાવર મિલકતના માર્કેટિંગમાં થતું હોય છે.

8. ગણતરીનો નમૂનો (સંભવિત) – માત્ર માલિકના કબજાના રહેઠાણો અને ઘરો (ભાડાના એપાર્ટમેન્ટસ કે મકાનો કે વાણિજ્યક મિલકતો વગર)

નીચેનું ઉદાહરણ સ્થાવર મિલકત મેળાપ પોર્ટલની ક્ષમતા સ્પષ્ટપણે બતાવશે.

250,000 રહેવાસીઓવાળા ભૌગોલિક વિસ્તારમાં, જેમ કે Mönchengladbach (જર્મની) શહેરમાં, આંકડાકીય પૂર્ણાંકમાં - લગભગ 125,000 ઘરબારો (ઘરબાર દીઠ 2 રહેવાસીઓ) છે. સ્થળાંતરનો સરેરાશ દર લગભગ 10% છે. આનો અર્થ એ થાય કે વર્ષ દીઠ 12,500 ઘરબારો સ્થળાંતર કરે છે. અહીં Mönchengladbach માટે શહેરમાં આવનારાથી માંડીને શહેર છોડીને જનારાના પ્રમાણને ગણતરીમાં લીધું નથી. લગભગ 10,000 ઘરબારો (80%) ભાડાની મિલકતોની શોધ કરે છે અને આશરે 2,500 ઘરબારો (20%) વેચાણ આપવાની મિલકતોની શોધ કરે છે.

Mönchengladbach શહેર માટે સલાહકારી સમિતિના મિલકત બજારના અહેવાલ અનુસાર, વર્ષ 2012 માં 2,613 સ્થાવર મિલકત ખરીદીઓ થઇ હતી. આ અગાઉ જણાવેલી 2,500 સંભવિત ખરીદનારાઓની સંખ્યાને મંજૂર કરે છે. હકીકતમાં આંકડો વધારે હોઇ શકે છે, પણ દરેક સંભવિત ખરીદનાર પોતાને જોઇતી મિલકત શોધી શક્યા ન હતા. ખરેખર રસ ધરાવનાર સંભવિત ખરીદનારાઓની સંખ્યા - અથવા, ખાસ કરીને શોધ પ્રોફાઇલ્સની સંખ્યા - આશરે 10% ના સરેરાશ સ્થળાંતર દરથી બમણી જેટલી, આંકડામાં 25,000 શોધ પ્રોફાઇલ્સ રહે તેવો અંદાજ મૂકવામાં આવે છે. આમાં એ શક્યતાનો સમાવેશ થાય છે કે સંભવિત ખરીદનારાઓ સ્થાવર મિલકત મેળાપ પોર્ટલમાં એકથી વધારે શોધ પ્રોફાઇલ બનાવે.

એ ઉલ્લેખ કરવો પણ યથાર્થ રહે છે કે અનુભવ આધારે, તમામ સંભવિત ખરીદનારાઓ અને ભાડૂઆતોમાંથી લગભગ અડધા લોકોએ પોતાની મિલકતા સ્થાવર મિલકત એજન્ટ સાથે કામ

કરીને શોધી છે; જેનાથી સરવાળો વધીને 6,250 ઘરબારોનો થાય છે.

ભૂતકાળનો અનુભવ એ પણ બતાવે છે કે તમામમાંથી ઓછામાં ઓછાં 70% જેટલા ઘરબારોએ ઇન્ટરનેટ પર સ્થાવર મિલકત પોર્ટલ મારફતે સ્થાવર મિલકત શોધી હતી, જે સંખ્યા કુલ 8,750 ઘરબારોની થાય છે (17,500 શોધ પ્રોફાઇલ્સને સંબંધિત).

જો તમામ પૈકી 30% સંભવિત ખરીદનારાઓ અને વેચાણકારો, એટલે કે 3,750 ઘરબારો (અથવા 7,500 શોધ પ્રોફાઇલ્સ) એક સ્થાવર મિલકત મેળાપ પોર્ટલ (એપ્લિ.) સાથે એક શોધ પ્રોફાઇલ Mönchengladbach જેવા શહેર માટે બનાવે, તો જોડાયેલા સ્થાવર મિલકત એજન્ટો 1,500 ચોક્કસ શોધ પ્રોફાઇલ્સ (20%) મારફતે સંભવિત ખરીદનારાઓને અને 6,000 ચોક્કસ શોધ પ્રોફાઇલ્સ (80%) મારફતે સંભવિત ભાડુઆતોને સાનુકૂળ મિલકતો આપી શકે છે.

આનો અર્થ એ થાય કે 10 મહિનાનો સરેરાશ શોધ સમયગાળો અને સંભવિત ખરીદનારાઓ કે ભાડુઆતોએ બનાવેલી શોધ

પ્રોફાઇલ માટે મહિના દીઠ 50 યુરોની નમૂનો કિમત વડે, 250,000 રહેવાસીઓના શહેર માટે 7,500 શોધ પ્રોફાઇલ્સ વડે વર્ષ દીઠ 3,750,000 યુરોની વેચાણ સંભાવના રહે છે.

આ 80,000,000 (80 મિલિયન) પૂર્ણાંક રહેવાસીઓની વસ્તી સાથે આખા જર્મનીના ભૌગોલિક વિસ્તારમાં, વર્ષ દીઠ 1,200,000,000 (1.2 બિલિયન) યુરોની વેચાણ શક્યતાનું પરિણામ લાવી શકે છે. જો તમામ પૈકી 40% જેટલા સંભવિત ખરીદનારાઓ કે ભાડુઆતો પોતાની સ્થાવર મિલકતને 30% ને બદલે સ્થાવર મિલકત મેળાપ પોર્ટલ મારફતે શોધે, તો સંભવિત વેચાણ વધીને વર્ષ દીઠ 1,600,000,000 (1.6 બિલિયન) યુરોનું થશે.

વેચાણ સંભાવના માત્ર માલિકના કબજાના એપાર્ટમેન્ટ્સ અને ઘરોનો ઉલ્લેખ કરે છે. આવાસીય સ્થાવર મિલકત ક્ષેત્રમાં અને કુલ વાણિજ્યિક સ્થાવર મિલકત ક્ષેત્રમાં ભાડાની અને રોકાણ મિલકતોને આ સંભાવિત ગણતરીમાં સમાવેલ નથી.

જર્મનીમાં સ્થાવર મિલકત દલાલીના ધંધામાં (સ્થાવર મિલકત એજન્સીઓ, બાંધકામ કંપનીઓ, સ્થાવર મિલકત વેપારીઓ અને અન્ય સ્થાવર મિલકત કંપનીઓ સહિત) આશરે 50,000 કંપનીઓથી, લગભગ 200,000 કર્મચારીઓ અને સરેરાશ 2 લાયસન્સો વડે આ સ્થાવર મિલકત મેળાપ પોર્ટલ વાપરતી આ 50,000 કંપનીઓના 20% ભાગથી, પરિણામ (મહિના દીઠ લાયસન્સ દીઠ 300 યુરોની નમૂનો કિંમત લાગુ કરતા) વર્ષ દીઠ સંભવિત વેચાણ 72,000,000 (72 મિલિયન) યુરોનું આવી શકે છે. વધુમાં, જો સ્થાનિક શોધ પ્રોફાઇલ્સના પ્રાદેશિક બુકિંગનું અમલીકરણ કરવામાં આવે તો, ડિઝાઇન આધારે, નોંધપાત્ર વધારાના વેચાણની શક્યતા ઊભી કરી શકાય છે.

ચોક્કસ શોધ પ્રોફાઇલ્સ વડે સંભવિત ખરીદનારાઓ અને ભાડુઆતોની આ પ્રચંડ ક્ષમતાથી, સ્થાવર મિલકત એજન્ટોએ પોતાની ડેટાબેઝ અદ્યતન કરવાની બિલકુલ જરૂર રહેતી નથી – જો તેઓએ એક બનાવી હોય – રસ ધરાવનાર પક્ષોની. વધુમાં, હાલની શોધ પ્રોફાઇલ્સની સંખ્યા ઘણાં સ્થાવર મિલકત એજન્ટોએ

પોતાની ડેટાબેઝોમાં બનાવેલી શોધ પ્રોફાઇલ્સની સંખ્યાને વટાવી જાય તેવી શક્યતા બહુ રહે છે.

જો આ નવીન સ્થાવર મિલકત મેળાપ પોર્ટલનો ઉપયોગ સંખ્યાબંધ દેશોમાં થાય તો, જર્મનીમાંથી સંભવિત ખરીદનારાઓ, ઉદાહરણ તરીકે, Majorca (સ્પેઇન) સ્થિત ભૂમધ્ય ટાપુ પર વેકેશન એપાર્ટમેન્ટ્સ માટે શોધ પ્રોફાઇલ બનાવી શકે છે અને Majorca માં જોડાયેલા સ્થાવર મિલકત એજન્ટો તેઓના મેળાપ એપાર્ટમેન્ટ્સ પોતાના સંભવિત જર્મન ગ્રાહકોને ઇમેલથી રજૂ કરી શકે છે. જો અહેવાલો સ્પેનિશ ભાષામાં હોય તો, સંભવિત ભાડુઆતો હવે ઇન્ટરનેટ પરથી ભાષાંતર પ્રોગ્રામનો ઉપયોગ કરીને લખાણનું ઝડપથી જર્મનમાં ભાષાંતર કરી શકે છે.

ભાષાકીય અવરોધો વગર શોધ પ્રોફાઇલ્સનું ઉપલબ્ધ મિલકતો સાથેના મેળાપનું અમલીકરણ કરવા સક્ષમ થવાના હેતુસર, સ્થાવર મિલકત મેળાપ પોર્ટલની અંદર પ્રોગ્રામ કરેલી (ગણિતીય) લાક્ષણિકતાઓ આધારે સંબંધિત લાક્ષણિકતાઓની

29

સરખામણી કરી શકાય છે, ભાષાને ધ્યાનમાં લીધા વગર, અને સંબંધિત ભાષા અંતે ફાળવવામાં આવે છે.

તમામ ખંડોમાં સ્થાવર મિલકત મેળાપ પોર્ટલનો ઉપયોગ કરતી વખતે, અગાઉ જણાવેલ સંભવિત વેચાણ (માત્ર શોધવામાં રસ ધરાવનારાઓ માટે) બહુ સરળપણે નીચે જણાવ્યા પ્રમાણે થઇ શકે છે.

વૈશ્વિક વસ્તીઃ

7,500,000,000 (7.5 બિલિયન) રહેવાસીઓ

1. ઔદ્યોગિક દેશો અને વિશાળ પાયે ઔદ્યોગિક દેશોમાં વસ્તીઃ

2,000,000,000 (2.0 બિલિયન) રહેવાસીઓ

2. ઉભરતા દેશોમાં વસ્તીઃ

4,000,000,000 (4.0 બિલિયન) રહેવાસીઓ

3. વિકાસશીલ દેશોમાં વસ્તીઃ

   1,500,000,000 (1.5 બિલિયન) રહેવાસીઓ

જર્મની માટે સંભવિત વાર્ષિક વેચાણ 80 મિલિયન રહેવાસીઓ સાથે 1.2 બિલિયન યુરો જેટલું થાય તેવો અંદાજ ઔદ્યોગિક, ઉભરતા અને વિકાસશીલ દેશો માટે નીચે ધારેલા પરિબળો સાથે રાખવામાં આવે છે.

1. ઔદ્યોગિક દેશોઃ   1.0

2. ઉભરતા દેશોઃ   0.4

3. વિકાસશીલ દેશોઃ   0.1

પરિણામ નીચેનું વાર્ષિક સંભવિત વેચાણ આવી શકે છે (1.2 બિલિયન યુરો x વસ્તી (ઔદ્યોગિક, ઉભરતા કે વિકાસશીલ દેશો) / 80 મિલિયન રહેવાસીઓ x પરિબળ).

1. ઔદ્યોગિક
   દેશોઃ   યુરો   30.00   બિલિયન

2. ઉભરતા
   દેશોઃ   યુરો   24.00   બિલિયન

3. વિકાસશીલ
   દેશોઃ   યુરો   2.25   બિલિયન

   કુલઃ   યુરો   56.25   બિલિયન

9. ઉપસંહાર

સચિત્ર સ્થાવર મિલકત મેળાપ પોર્ટલ સ્થાવર મિલકત (રસ ધરાવતા પક્ષકારો) અને સ્થાવર મિલકત એજન્ટો માટે શોધ કરનારાઓને નોંધપાત્ર લાભો આપે છે.

1. સાનુકૂળ મિલકતો માટે શોધવા જરૂરી સમય રસ ધરાવતા પક્ષકારો માટે નોંધપાત્ર રીતે ઘટે છે કારણ કે તેઓએ માત્ર પોતાની શોધ પ્રોફાઇલ બનાવવાની જરૂર પડે છે.

2. સ્થાવર મિલકત એજન્ટ સંભવિત ખરીદનારાઓ કે ભાડુઆતોની સંખ્યાનું એકંદરે ચિત્ર મેળવે છે, જેમાં તેઓની ચોક્કસ જરૂરિયાતો પર માહિતી (શોધ પ્રોફાઇલ) સામેલ છે.

3. રસ ધરાવતા પક્ષકારો તમામ સ્થાવર મિલકત એજન્ટો પાસેથી (સ્વચાલિત પહેલેથી પસંદગીની જેમ) માત્ર ઇચ્છિત કે મેળાપ થતી મિલકતો (શોધ પ્રોફાઇલ આધારિત) મેળવે છે.

4. સ્થાવર મિલકત એજન્ટો શોધ પ્રોફાઇલ્સની પોતાની ડેટાબેઝ જાળવવા પોતાનો પ્રયત્ન ઘટાડે છે કારણ કે હાલની સંખ્યાબંધ શોધ પ્રોફાઇલ્સ કાયમી ધોરણે ઉપલબ્ધ હોય છે.

5. સ્થાવર મિલકત મેળાપ પોર્ટલ સાથે માત્ર વાણિજ્યક પ્રદાતાઓ/સ્થાવર મિલકત એજન્ટો જોડાયેલા હોવાને લીધે, સંભવિત ખરીદનારાઓ કે ભાડુઆતો અનુભવી સ્થાવર મિલકત એજન્ટો સાથે કામ કરી શકે છે.

6. સ્થાવર મિલકત એજન્ટો પોતાની મિલકત જોવાની એપોઇન્ટમેન્ટ્સની સંખ્યા અને એકંદરે માર્કેટિંગ સમયગાળો ઘટાડે છે. તેના વળતર તરીકે, સંભવિત ખરીદનારાઓ કે ભાડુઆતો માટે મિલકત જોવા એપોઇન્ટમેન્ટ્સની સંખ્યા તેમજ સમાપન કરેલ ખરીદી કરાર કે લીઝ માટેનો સમય ઘટે છે.

7. વેચવાની કે ભાડે આપવાની મિલકતોના માલિકોનો સમય પણ બચે છે. ભાડે આપવાની મિલકતો ઓછો સમય ખાલી રહેવાની સાથે અને વધારે ઝડપી ભાડે કે

વેચાણના પરિણામ સ્વરૂપે વેચાણ માટેની મિલકતો માટે વધારે જલ્દી ખરીદ ચૂકવણી થવાથી, વધારે નાણાકીય લાભો પણ રહેલા છે.

આ વિચારનું સ્થાવર મિલકત મેળાપમાં અમલીકરણ કરીને, સ્થાવર મિલકત દલાલીમાં નોંધપાત્ર પ્રગતિ હાસલ કરી શકાય છે.

10. સ્થાવર મિલકત મેળાપ પોર્ટલનું નવા સ્થાવર મિલકત એજન્સી સોફ્ટવેરમાં એકીકરણ કરવું, સ્થાવર મિલકત મૂલ્યાંકન સહિત

અંતિમ ટિપ્પણી તરીકે, અહીં વર્ણવેલ સ્થાવર મિલકત મેળાપ પોર્ટલ નવા - આદર્શ રીતે વૈશ્વિક ઉપલબ્ધ - સ્થાવર મિલકત એજન્સી સોફ્ટવેર ઉકેલનો નોંધપાત્ર ભાગ બહુ શરૂઆતથી બની શકે છે. આનો અર્થ એ થાય કે સ્થાવર મિલકત એજન્ટો પોતાના હયાત સ્થાવર મિલકત એજન્સી સોફ્ટવેર સોલ્યુશન્સ ઉપરાંત કાં તો સ્થાવર મિલકત મેળાપનો ઉપયોગ કરી શકે છે અથવા તો આદર્શ રીતે સ્થાવર મિલકત મેળાપ પોર્ટલ સહિત નવા સ્થાવર મિલકત એજન્સી સોફ્ટવેર ઉકેલનો ઉપયોગ કરી શકે છે.

આ કાર્યક્ષમ અને નવીન સ્થાવર મિલકત મેળાપ પોર્ટલનું એકીકરણ નવા સ્થાવર મિલકત એજન્સી સોફ્ટવેર સાથે કરીને, સ્થાવર મિલકત એજન્સી સોફ્ટવેર માટે પાયાનું અજોડ વેચાણ બિંદુ રચાય છે જે બજાર પ્રવેશ માટે અનિવાર્ય હશે.

સ્થાવર મિલકત મૂલ્યાંક સ્થાવર મિલકત એજન્સીનો અનિવાર્ય ભાગ છે અને રહેવાનો હોવાને લીધે, સ્થાવર મિલકત એજન્સી સોફ્ટવેરમાં એકીકૃત કરેલ સ્થાવર મિલકત મૂલ્યાંકન સાધન અચૂક રહેવું જોઇએ. સ્થાવર મિલકત મૂલ્યાંકનની સાથે સંબંધિત ગણતરી પદ્ધતિઓ સ્થાવર મિલકત એજન્સીની સમાવેલી/સંઘરેલી મિલકતોમાંથી સંબંધિત ડેટા ઘટકો સુધી પહોંચી શકે છે. તેવી જ રીતે, સ્થાવર મિલકત એજન્ટ પોતાની પ્રાદેશિક બજાર નિપુણતા વડે બાકી રહેલા ઘટકો ભરી શકે છે.

વધુમાં, સ્થાવર મિલકત એજન્સી સોફ્ટવેરમાં ઉપલબ્ધ મિલકતોની વાસ્તવિક સ્થાવર મિલકત ટૂરના એકીકરણનો વિકલ્પ હોવો જોઇએ. આનું અમલીકરણ મોબાઇલ ફોન્સ અને/અથવા ટેબલેટ્સ માટે વધારાની એપ્લિકેશન વિકસાવીને સહેલાઇથી કરી શકાય છે જે વાસ્તવિક સ્થાવર મિલકત ટૂરને - મોટા પાયે સ્વચાલિત રીતે - સ્થાવર મિલકત એજન્સી સોફ્ટવેરમાં રેકોર્ડ કરીને અને પછી એકીકૃત કરીને કે સમાવી શકે છે.

જો કાર્યક્ષમ અને નવીન સ્થાવર મિલકત મેળાપ પોર્ટલને નવા સ્થાવર મિલકત એજન્સી સોફ્ટવેરમાં સ્થાવર મિલકત મૂલ્યાંકન સાથે સમાવવામાં આવે તો, સંભવિત વેચાણ ક્ષમતા ફરીથી નોંધપાત્ર રીતે વધે છે.

Matthias Fiedler (મેથિયાસ ફિડલર)

Korschenbroich, 10/31/2016

Matthias Fiedler (મેથિયાસ ફિડલર)

Erika-von-Brockdorff-Str. 19

41352 Korschenbroich

Germany

www.matthiasfiedler.net

www.ingramcontent.com/pod-product-compliance
Lightning Source LLC
Chambersburg PA
CBHW071531210326
41597CB00018B/2963